चला जाणून घेऊ या!

ॲक्युप्रेशर

(रोजच्या जीवनात)

लेखक
डॉ. सावित्री रमय्या

अनुवाद
सुभाष जोशी

मेहता पब्लिशिंग हाऊस

All You Wanted To Know About
Acupressure in daily life
Originally Published by
Sterling Publishers Pvt. Ltd., New Delhi.
Translated into Marathi Language by Subhash Joshi

चला जाणून घेऊ या! ॲक्युप्रेशर (रोजच्या जीवनात)

अनुवाद : सुभाष जोशी

Email : author@mehtapublishinghouse.com

मराठी अनुवाद व प्रकाशनाचे हक्क मेहता पब्लिशिंग हाऊस, पुणे.

प्रकाशक : सुनील अनिल मेहता, मेहता पब्लिशिंग हाऊस, १९४१, सदाशिव पेठ, माडीवाले कॉलनी, पुणे – ४११०३०.

मुद्रक : मणिपाल टेक्नोलॉजीज़ लिमिटेड, मणिपाल

मुखपृष्ठ : मेहता पब्लिशिंग हाऊस, पुणे

प्रकाशनकाल : फेब्रुवारी, २००६ / फेब्रुवारी, २००७ / फेब्रुवारी, २००९ / जानेवारी, २०१२ / पुनर्मुद्रण : एप्रिल, २०१५

किंमत : ₹ 80

P Book ISBN 9788177666601

प्रस्तावना

'चला जाणून घेऊ या!' ही हेल्थ अपडेटनी प्रकाशित केलेली संदर्भ मालिका असून, या कामात शारीरिक आरोग्याची सापेक्ष माहिती, एका वैद्यकीय शास्त्रातील तज्ज्ञांच्या समूहानं संकलित केलेली आहे.

या मालिकेतील प्रत्येक पुस्तक त्या त्या शारीरिक, आरोग्यविषयक गोष्टींचं आपलं ज्ञान वाढवतं. ॲलोपॅथी, ॲक्युपंक्चर, आयुर्वेद, होमिओपॅथी, निसर्गोपचार आणि युनानी यांसारखे अनेकविध विचार आपल्या पुढे ठेवत ते आपल्याला सक्रिय सहभाग घ्यायला उद्युक्त करतं.

प्रस्तुतचं पुस्तक हे डॉक्टरांना पर्याय नसून, ते आपलं घरगुती मार्गदर्शकाचं काम करतं.

प्रस्तुतचे सर्व पर्याय हे माहिती संकलित करणाऱ्यांनी दिलेले असून प्रकाशक त्याला जबाबदार नाहीत.

■

अनुक्रम

विषयप्रवेश

ॲक्युप्रेशर ही एक पुरातन उपचारपद्धती असून ती भारतात व पूर्वेकडील देशात अनेक शतकं अस्तित्वात आहे. औषधाचा वापर न करता उपचार करण्याची ही कला अनेक शतकं फक्त काही देशांपुरतीच मर्यादित राहिली. जेव्हा पाश्चात्त्य देशांनी व खास करून अमेरिकेनं या उपचाराच्या पद्धतीत व तिचा उपयोग करण्यात रस दाखवला तेव्हा ती सर्वत्र पसरली.

शिआत्सु ही जपानी पद्धत, चीनची ॲक्युपंक्चर आणि पाश्चात्त्यांची हातापायाची रिफ्लेक्सॉलॉजी इ. हे सर्व ॲक्युप्रेशरचेच वेगवेगळे प्रकार आहेत. या सर्व पद्धती, शरीरातील विशिष्ट प्रतिसाद बिंदूंना उद्दीपित करून त्याद्वारे विकारांपासून व वेदनांपासून आराम मिळवून देण्याच्या संकल्पनेवरच आधारित आहेत. आपल्या शरीरात स्वत:ला बरं करण्याची लक्षणीय प्रेरणा असते व तिचा नैसर्गिक वापर निसर्गोपचार, ॲक्युप्रेशर, ॲक्युपंक्चर यांसारख्या पारंपरिक उपचार पद्धतीत केला जातो.

ही प्रेरणा शरीरात एका विशिष्ट मार्गाने प्रवाहित असते त्याला 'मेरिडिअन्' असे म्हणतात. आपल्या शरीरात या प्रत्येक 'मेरिडिअन्'ला एक मज्जाकेंद्र व प्रतिसाद बिंदू असतो. ॲक्युप्रेशरमध्ये या केंद्रांना वा बिंदूंना सुयांनी टोचून उद्दीपित करतात, तर ॲक्युप्रेशरमध्ये

उपचार करणारा ते हातांच्या बोटांच्या टोकांनी उद्दीपित करतो. बहुतेक प्रतिसाद बिंदू व केंद्र हात, पाय, पाठ, तोंड व कानावर असतात.

■

ॲक्युप्रेशर म्हणजे काय?

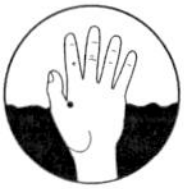

ॲक्युप्रेशर ही अशी पद्धती आहे की, ज्यामुळे ऊर्जेचा नेहमीचा प्रवाह कायम राखला जातो. शरीरात जर हा ऊर्जेचा प्रवाह रोखला गेला किंवा त्याला अडथळा आला, तर त्यामुळे प्रकृती अस्वास्थ्य निर्माण होतं.

शिरेच्या टोकाला जर क्षार जमा झाले, तर तेसुद्धा ऊर्जेच्या पुढे सरकणाऱ्या प्रवाहाला खंडित करतात.

या ऊर्जेतील अडथळ्यामुळे मेरिडिअन्च्या विशिष्ट संवेदना बिंदूला दुःख पोहोचते.

या विशिष्ट संवेदना बिंदूवर दाब दिल्यावर ते उद्दीपित होतात व ऊर्जेच्या मार्गातील अडथळा मोकळा होतो. ऊर्जेचा प्रवाह सुरळीत होताच वेदनाही कमी होतात.

शरीराच्या प्रत्येक इंद्रियाचे व अवयवांचे प्रतिसाद देणारे बिंदू तळहातावर व तळपायावर असतात. हात-पायावरील प्रतिसाद देणाऱ्या बिंदूला वेदना झाल्या, तर अवयवांच्या नेहमीच्या कार्यपद्धतीत काही फरक झाला आहे किंवा त्याच्या स्वरूपात काही बदल झाला आहे व त्यामुळे या वेदना होत आहेत, असे लक्षात घ्यावे.

पायांवरच्या काही विशिष्ट बिंदूंवर ॲक्युप्रेशरचा दाब देऊन विकार बरा करण्याच्या पद्धतीला 'फूट रिफ्लेक्सॉलॉजी' असे म्हणतात.

हेच जर हातावर दाब दिला तर त्याला 'हॅन्ड रिफ्लेक्सॉलॉजी' म्हणतात.

इलाज करणारे काहीजण कान, हात, डोकं व त्याच्या त्वचेवरील प्रतिसाद बिंदूंचा उपाययोजनेसाठी वापर करतात. शिआत्सु या जपानी पद्धतीतील बहुतेक प्रतिसाद बिंदू हे पाठ, पोट व हाता-पायावर असतात.

तब्येतीच्या बऱ्याचशा तक्रारींचं निवारण करण्यासाठी ॲक्यु-प्रेशरचा उपयोग होतो. प्रतिसाद देणाऱ्या हाता-पायावरील बिंदूंना स्पर्श केल्यावर जर वेदना झाल्या, तर ते त्या बिंदूंशी संबंधित अवयवांचं होत असणारं अनियमित कार्य किंवा त्यामध्ये उत्पन्न झालेला बिघाड किंवा हे दोन्हीही याचं निदर्शक आहे.

रोगाच्या प्राथमिक अवस्थेतील त्याची चिन्हं यामुळे लक्षात येतील.

काही दिवस या दुखणाऱ्या बिंदूंवर दाब दिल्यावर त्याचं नियमित कार्य व स्वरूप पूर्ववत करता येतं.

■

हात व पायावरील प्रतिसाद देणारे बिंदू

बहुतेक वेळा प्रतिसाद देणाऱ्या बिंदूंचं स्थान हे त्या अवयवाच्या शरीरातील स्थानाशी संबंधित असतं.

उजव्या बाजूच्या अवयवांचे प्रतिसाद बिंदू हे उजव्या हातावर व पायावर असतात, तर डाव्या बाजूच्या अवयवांचे प्रतिसाद बिंदू हे डाव्या हातावर व पायावर असतात.

जे अवयव शरीराच्या दोन्ही बाजूला असतात (उदा : डोळे, कान, मूत्रपिंड इ.) त्यांचे प्रतिसाद बिंदू हे दोन्ही हातांवर व पायांवर असतात.

ॲक्युप्रेशरचे पुरस्कर्ते शरीराच्या डोक्या-पासून ते हाता-पायाच्या बोटांपर्यंतच्या भागाला उभ्या दहा समभागांत विभागतात.

हाताचे व पायाचे प्रत्येक बोट हे

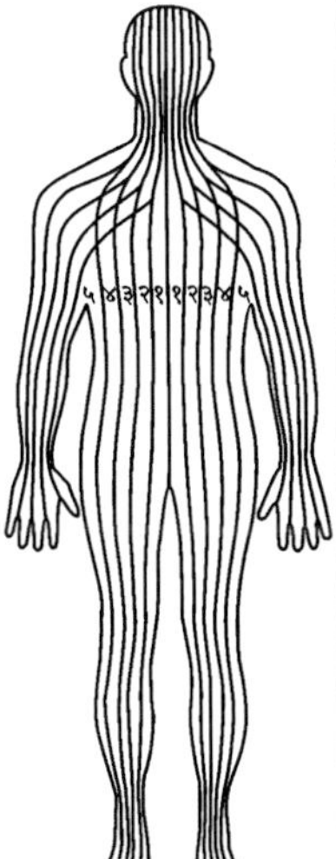

आकृती १ :
शरीराचे उभे विभाग

एका विशिष्ट विभागात असतं.

आकृती क्र. २ अ व २ ब मध्ये दाखविल्याप्रमाणे तळहाताचे व तळपायाचे चार आडवे भाग केलेले असतात व ते शरीराच्या त्या

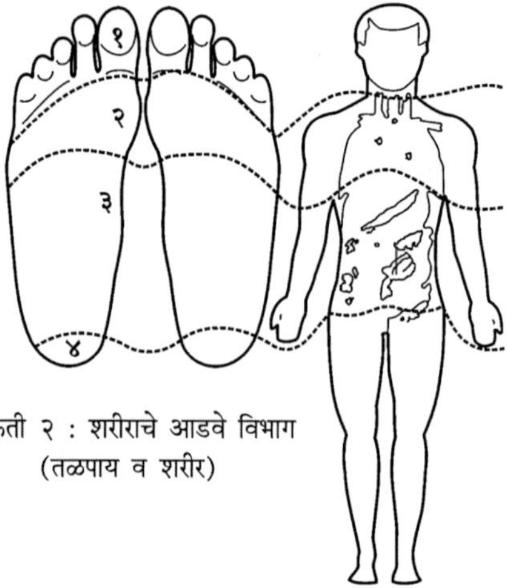

आकृती २ : शरीराचे आडवे विभाग
(तळपाय व शरीर)

त्या भागाशी संबंधित असतात.

■ बोट, अंगठे व त्यांना जोडणारी मधली त्वचा हे मस्तक विभागाशी संबंधित आहेत.

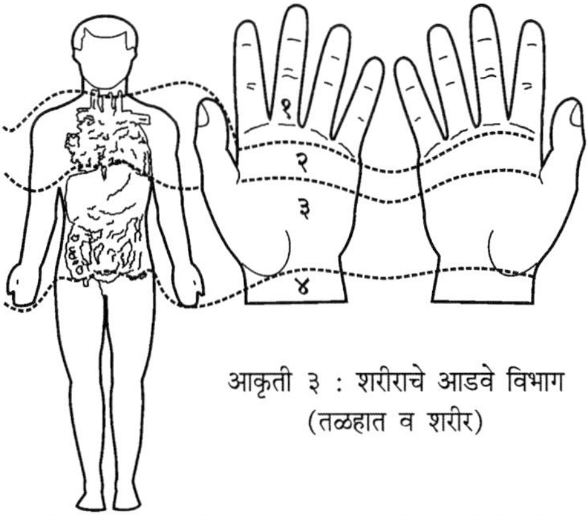

आकृती ३ : शरीराचे आडवे विभाग
(तळहात व शरीर)

■ तळहाताला व तळपायाला जिथं बोटं मिळतात तिथंपासून ते थोडं खालपर्यंतचा भाग हा छातीशी संबंधित असतो.

■ तळहाताच्या व तळपायाच्या खोलगट भागाचा पोट व पचनसंस्थेशी संबंध असतो.

■ उरलेला, हाताचा मनगटापर्यंतचा व पायाचा घोट्यापर्यंतचा भाग हा जननेंद्रियांशी व हाता-पायाशी संबंधित असतो.

■ हाता-पायाच्या अंगठ्याचा मागील भाग हा पाठीच्या कण्याशी संबंधित असतो.

■ हाता-पायाच्या दोन्ही लहान बोटांचा मागील भाग कोपर व गुडघ्याशी संबंधित असतो.

निरनिराळ्या अवयवांच्या हाता-पायावरच्या प्रतिसाद बिंदूंची स्थानं

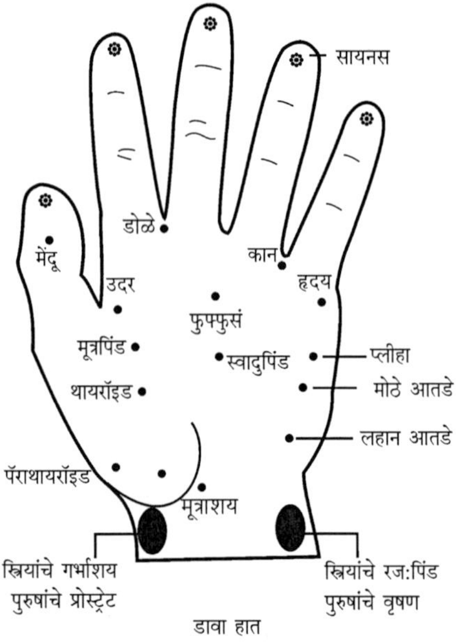

आकृती ३ अ : **महत्त्वाच्या अवयवांचे हातावरील प्रतिसाद बिंदू :**

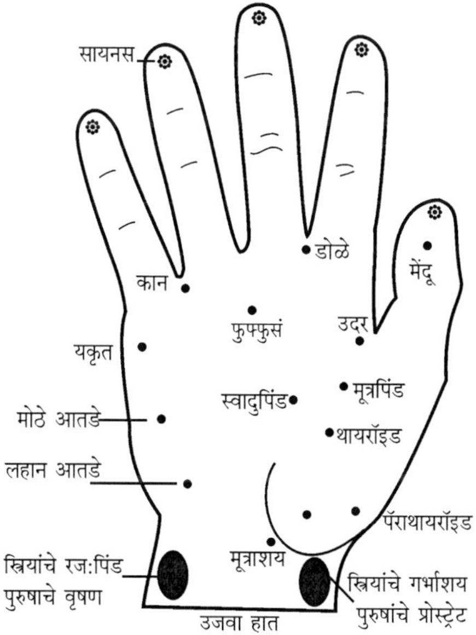

आकृती ३ ब

आकृती क्र. ३ (अ आणि ब) आणि क्र.४ (अ आणि ब) मध्ये दाखविलेली आहेत.

आकृती ४ अ : **महत्त्वाच्या अवयवांचे पायावरील प्रतिसाद बिंदू :**

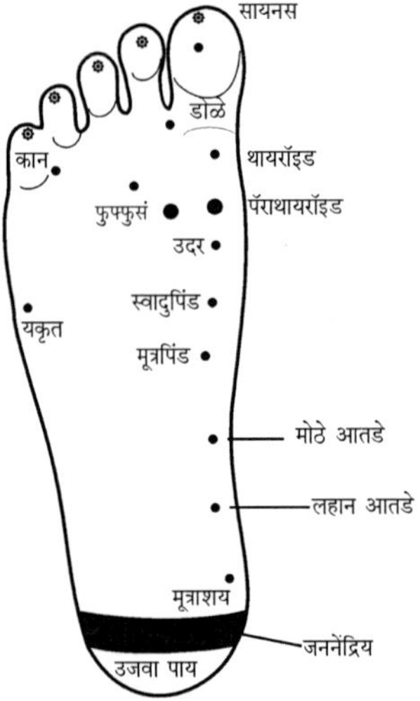

तोंडाचे प्रतिसाद बिंदू व त्याचे फायदे हे आकृती क्र. ५ मध्ये दाखविलेले आहेत.

फायदे

- मनाची शक्ती वाढवणे.

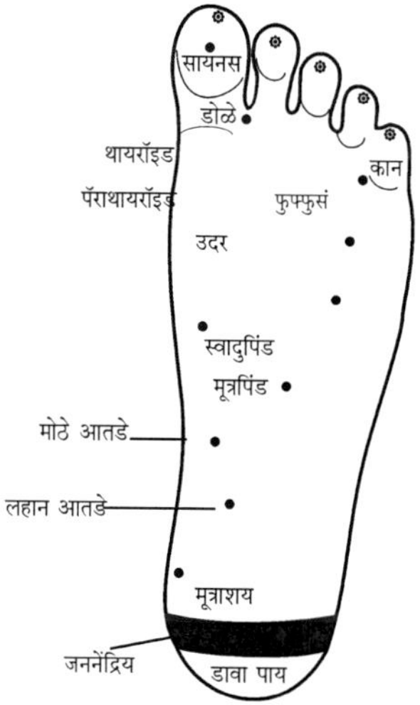

आकृती ४ ब

- महत्त्वाच्या अवयवांचं व मज्जारज्जूचं कार्य सुरळीत ठेवणे.
- मूत्रपिंडांचे कार्य सुरळीत ठेवणे.
- आतड्यांची हालचाल नीट करणे.
- पचनक्रिया सुधारणे.

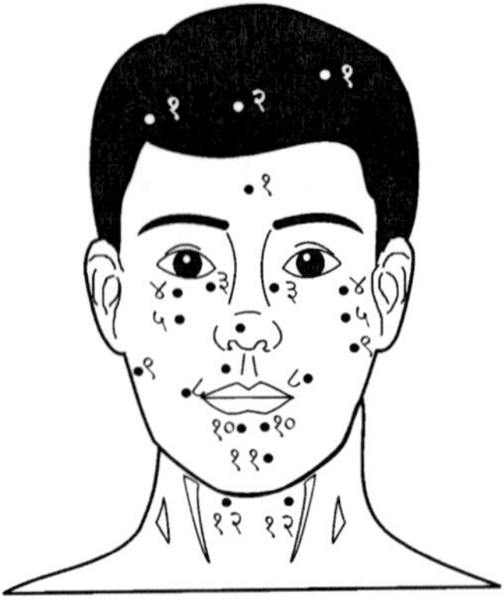

आकृती ५ : **चेहऱ्यावरचे प्रतिसाद बिंदू**

- प्लीहेचे कार्य सुरळीत ठेवणे.
- फुफ्फुसांचं कार्य सुरळीत ठेवणे.
- यकृताचं कार्य सुरळीत ठेवणे.
- स्वादुपिंड, मूत्राशय व मूत्रपिंडाचे कार्य सुरळीत ठेवणे.
- जननेंद्रियाशी संबंधित अवयवांचे कार्य सुरळीत ठेवणे.

■

ॲक्युप्रेशरचा दाब देण्याच्या पद्धती 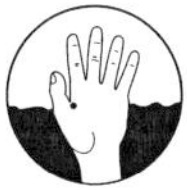

ॲक्युप्रेशरमध्ये रिफ्लेक्सॉलॉजीसकट दाब देण्याच्या अनेक पद्धती आहेत.

दाब किती जोराने द्यायचा हे त्या त्या अवयवांवर व प्रत्येक व्यक्तीनुसार ठरवले जाते.

दाब देण्याचे प्रतिसाद बिंदू हे तो देताना योग्य स्थितीतच असले पाहिजेत. तसं न झाल्यास त्याचा अपेक्षित परिणाम मिळणार नाही.

दाब देण्यापूर्वी बोटांची नखं व्यवस्थित कापलेली असावीत. तसं नसल्यास त्या नखांचाच प्रतिसाद बिंदूंवर दाब पडेल.

चक्राकार

■ एकामागून एक प्रत्येक चक्रावर अंगठ्याने, उजव्या किंवा डाव्या दिशेने चक्राकार अंगठा फिरवावा.

■ दाब देत असताना प्रतिसाद बिंदूंवर एकसारखा दाब बसण्यासाठी अंगठा त्याला टेकलेला असावा.

■ घड्याळाच्या दिशेप्रमाणे उजव्या दिशेने अंगठा फिरवत दाब दिल्यास प्रतिसाद बिंदू उद्दीपित होतात, तर विरुद्ध दिशेने फिरवल्यास ते शांत होतात.

पंपिंग

■ प्रतिसाद बिंदूंवर अंगठ्याच्या फुगीर भागाने दाब द्यावा.

■ आलटून-पालटून दाब द्यावा व सोडावा.

अखंडित क्रिया

■ या क्रियेला अंगठ्याची चाल (थंब वॉकिंग) किंवा बोटांनी अखंडित दाब दिल्यास बोटांची चाल (फिंगर वॉकिंग) म्हणतात.

■ प्रतिसाद बिंदूंवर सतत व एकसारखा दाब देणे हा या क्रियेचा खरा उद्देश आहे.

■ या क्रियेमध्ये अंगठा अथवा बोट एका विशिष्ट मार्गानेच चालतात.

■ प्रथम अंगठ्याच्या किंवा बोटाच्या टोकाने दाब देऊन मग लगेचच पुढच्या बिंदूंवर टोकालगतच्या पेराने दाब द्यावा.

■ ही बोटांची चाल, जितके दाब-बिंदू असतील त्यानुसार एक, दोन किंवा चार बोटांनी करावी.

■ हातावरच्या व पाठीमागच्या बिंदूंवर दाब देताना तो बहुतेक वेळा दोन बोटांनी देतात.

चोळणे

■ प्रतिसाद बिंदूंना किंवा त्या भागाला दाब न देता चोळावे.

घट्ट धरणे

■ खांद्यावर उपचार करतेवेळी प्रतिसाद बिंदू घट्ट धरावेत अथवा दाबावेत.

कंपन

■ तळहात किंवा बोटं एकमेकांवर ठेवून कंपनं देणे.

एकसारखा दाब

■ पाठ, मांड्या आणि पायाच्या मागील बाजूस अंगठ्याने किंवा बोटाने एकसारखा दाब द्यावा.

फिरवणे

■ उपचार करावयाचा अवयव दोन्ही हातांनी धरून फिरवणे.

■ तिथल्या स्नायूंना उजव्या आणि डाव्या दिशेने फिरवणे.

तळहाताने धरणे

■ त्वचा व त्याखालील स्नायू तळहाताच्या खोलगट भागाने पकडून थोडासा दाब देणे.

शरीरातील निरनिराळ्या बिंदूंवर दाब दिल्याने तुमचा अंगठा किंवा बोटं थोड्याच वेळात थकल्यासारखी वाटतील.

याकरिता आपली बोटं किंवा अंगठा पुढील तीन प्रकारांनी मजबूत करू शकता.

■ नमस्काराच्या पद्धतीने तळहात धरून एकमेकांवर दहा अंक

मोजेपर्यंत दाबून धरा, मग काही काळ हात सैल सोडा व हीच क्रिया दिवसातून दहा वेळा करा.

■ हाताचे पंजे जुळवून बोटं एकमेकांना टेकविलेली असताना अंगठे दूर करण्याचा प्रयत्न करा. आता परत जोडून घ्या व अंगठ्यासकट सर्व बोटांची टोकं एकमेकांना जुळवून दहा अंक मोजेपर्यंत दाबून धरा. काही काळ हात सैल सोडा व परत हीच क्रिया दहा वेळा करा.

■ उजव्या हाताने डाव्या हाताची बोटं पकडून काही सेकंद जोरात मागे ओढा. हात सैल सोडून परत हीच क्रिया दहा वेळा करा. आता डाव्या हाताने उजव्या हाताची बोटं पकडून वरीलप्रमाणे दहा वेळा क्रिया करा.

■

पायावरील रिफ्लेक्सॉलॉजी उपचारपद्धती

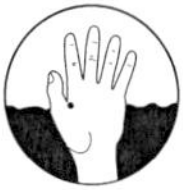

या पद्धतीत पायांना पुढील रीतीने आराम देता येतो:

■ पायांची वरची व कडेची बाजू, तसेच घोटा चोळावा.

■ दोन्ही हातांनी पाय धरून उलट-सुलट फिरवावा.

■ टाच व गुडघा उलट-सुलट फिरवावा.

■ एकामागून एक सर्व बोटं हळुवारपणे ओढावीत.

आराम देणाऱ्या पद्धतींचे सविस्तर वर्णन याच पुस्तकात पुढे दिलेले आहे.

पायाच्या वरच्या भागाला मालीश करताना पायाच्या आकृती क्र. १ मध्ये दाखविलेल्या पाचही विभागांना बोटांनी चोळावे. चोळताना बोटं हृदयाच्या विरुद्ध दिशेनेच, म्हणजे कमरेकडून टाचेच्या दिशेने, फिरवावीत.

■ अंगठा दाबावा, ओढावा, पिरगळावा व फिरवावा.

■ दाब देण्याची उपचार पद्धती सुरू करताना डाव्या पायाच्या अंगठ्यापासून सुरुवात करून पायाची सर्व बोटं, त्यांची पेरं व टोकं दाबावीत.

■ गालातील ग्रंथींचे (थायरॉईड ग्लॅन्ड), व सहकंठस्थ ग्रंथींचे

(पॅरा थायरॉईड) प्रतिसाद बिंदू उद्दीपित झाल्यावर मानेतील बिंदूही उद्दीपित होतात.

■ थायमस ग्रंथी, छातीचा भाग, श्वसनमार्ग आणि फुफ्फुस यांचे प्रतिसाद बिंदू उद्दीपित करण्यासाठी अंगठ्याच्या दाबाची एकसारखी व पुढे जाणारी क्रिया करावी.

■ पोटातील स्वादुपिंड, अॅड्रीनल ग्रंथी, मूत्रपिंड, मूत्राशय, प्लीहा, जठर, लहान व मोठी आतडी, यकृत, पित्ताशय ह्या सर्व अवयवांना उद्दीपित करावे.

■ स्त्रियांचे रज:पिंड आणि गर्भाशय व पुरुषांची जननेंद्रिय ग्रंथी (प्रोस्टेट ग्लॅन्ड) उद्दीपित करावी.

■ पायाच्या अंगठ्यापासून ते टाचेपर्यंत हाताच्या अंगठ्याने एकसारखा दाब देत, पाठीच्या मणक्याचे, खांद्याचे व गुडघ्याचे प्रतिसाद बिंदू उद्दीपित करावेत.

■ ही मालीश करून उपचार करण्याची क्रिया शेवटी मूत्रपिंडांचे प्रतिसाद बिंदू उद्दीपित करून थांबवावी.

आपण पादत्राणांशिवाय चालणं हे केव्हाही हितकर असतं, कारण त्यामुळे पायांवरील प्रतिसाद बिंदू उद्दीपित होऊन शरीरातील ऊर्जेचा प्रवाह जोमाने वाहू लागतो. स्त्रिया गर्भवती असताना काही प्रतिसाद बिंदू हे वर्ज्य असतात व म्हणूनच अशा वेळी अॅक्युप्रेशरचे उपचार हे प्रशिक्षित तज्ज्ञांच्या देखरेखीखाली करून घ्यावेत.

तसंच ज्या व्यक्तींचं नुकतंच ऑपरेशन झालेलं आहे अशा

व्यक्तींनीही ॲक्युप्रेशरचे उपचार हे प्रशिक्षित तज्ज्ञांच्या देखरेखीखाली करून घ्यावेत.

मधुमेह अथवा कॅन्सरसारख्या रोगांनी ग्रस्त असल्यामुळे त्यावर औषधोपचार करवून घेणाऱ्यांनी तसेच गंभीर स्वरूपांचे आजार असलेल्यांनी ॲक्युप्रेशरचे उपचार टाळावेत.

तळहाताला जर घाम येत असेल, तर ॲक्युप्रेशरचे उपचार काही काळ थांबवावेत.

ज्या भागावर हे उपचार केले जात असतात त्याची प्रतिक्रिया हाताला येणाऱ्या घामावरून समजून येते. परत उपचार सुरू करतेवेळी प्रतिसाद बिंदूंवरचा दाब थोडा कमी करावा.

जर सर्वांगाला घाम सुटला व थंडी वाजू लागली, तर मात्र हे उपचार तत्काळ थांबवावेत.

अशा वेळी त्या व्यक्तीला गरम चादरीने गुंडाळून अनुकंपन पेशी (सोलर प्लेक्सस), अंत:स्त्रावी ग्रंथी (पिच्युइटरी ग्लॅन्ड) व हृदयाच्या प्रतिसाद बिंदूंवर दाब द्यावा. यामुळे प्रकृतीत लवकर सुधारणा होते.

ॲक्युप्रेशरचे उपचार विधी संपल्यावर तुम्हाला एकदम आराम पडल्यासारखं वाटेल व कदाचित झोपावंसं वाटेल. तसेच वरचेवर लघवीला जावंसंही वाटेल, मात्र अशा वेळी तुमच्या लघवीला आंबूस वास येईल.

जर तुमचे जुने आजार अजून बरे झालेले नसतील, तर

ॲक्युप्रेशरच्या उपचारांनी ते पुन्हा बळावल्यासारखे वाटतील. हे तात्कालिक असेल व काही दिवसांच्या उपचारानंतर ती लक्षणं नाहीशी होतील.

रिफ्लेक्सॉलॉजीच्या काही सोप्या क्रिया रोज नियमितपणे करून तुम्ही निरोगी राहू शकता. त्या अशा आहेत :-

■ खडबडीत व असमतोल पृष्ठभागावर रोज किमान पाच मिनिटं अनवाणी चालणे.

■ जेव्हा पायाचे तळवे खडबडीत पृष्ठभागांनी टोचले जातात तेव्हा शरीरातील सर्व अवयव उद्दीपित होतात. पहाटेच्या वेळी गवतावर दंव पडलेले असताना त्यावर पाच ते दहा मिनिटं चाललं, तरी शरीरातील सर्व अवयवाचे प्रतिसाद बिंदू उद्दीपित होतात.

■ हाताच्या तळव्यांची ओंजळ करून दोन्ही हातांची बोटं एकमेकांवर टेकवून दाबावीत. ही क्रिया सुमारे दोन ते तीन मिनिटं, दिवसातून एक-दोन वेळा करावी. बोटांच्या टोकावर दाब दिल्याने शरीरातील सर्व महत्त्वाचे अवयव उत्तेजित होतात.

■ हाताची बोटं एकमेकांत गुंतवून दोन ते तीन मिनिटं दाबून धरा.

■ सुमारे दोन ते तीन मिनिटं दातावर दात घट्ट दाबून धरा. ही क्रिया दिवसातून दोन वेळा करावी.

■

शिथिलीकरणाच्या क्रिया

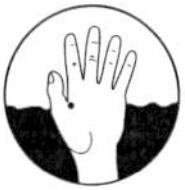

जे लोक तणावग्रस्त असतात त्यांनी ॲक्युप्रेशर किंवा रिफ्लेक्सॉलॉजीचा अभ्यास सुरू करण्यापूर्वी आपलं शरीर सैल सोडलं पाहिजे जेणेकरून शरीरातील महत्त्वाची ऊर्जा सर्वत्र पसरली जाईल.

शरीर सैल पडावं याकरिता पुढील क्रमाने क्रिया कराव्यात व त्या दुसऱ्या व्यक्तीने तुमच्यावर केल्यास अधिक चांगले परिणाम मिळतात.

- तळपायाचा गुबगुबीत भाग दोन्ही हातांनी धरावा.
- पाय मागेपुढे भराभरा ओढून पायांतील स्नायूंना ताण द्यावा.
- आता एक हात पावलावर ठेवा व दुसऱ्या हाताची मूठ करा.
- हाताची मूठ पावलाच्या खोलगट भागात टेकवा.
- आता पाय उलट-सुलट दिशेने फिरवा.
- आता हाताची बोटं पावलांवर ठेवून अंगठ्याने तळवा पकडा.
- हाताची बोटं पावलांवर व घोट्यांवर चक्राकार रीतीने फिरवा.
- हळुवारपणे चोळत पावलांवर व घोट्यांना मालीश करा.
- आता घोट्यापासून टाचेपर्यंत मालीश करत जा.
- अनुकंपन पेशीच्या (सोलर प्लेक्सस)च्या तळपायावरील प्रतिसाद बिंदूंवर अंगठा ठेवा व बोट पावलावर ठेवा.

■ दीर्घ श्वास घेऊन अंगठ्याने प्रतिसाद बिंदू दाबून धरा.

■ श्वास सोडत दाबही कमी कमी करत सोडा.

■ हीच क्रिया दुसऱ्या पायावर करावी.

■ अधिक फायदा होण्यासाठी हीच क्रिया हातांवरही करायला हरकत नाही.

■

ॲक्युप्रेशरचा शरीरावरील परिणाम

शरीराच्या निरनिराळ्या कार्यात संतुलन आणण्यासाठी ॲक्युप्रेशरची पुढीलप्रमाणे मदत होते :

■ शरीरातील रक्तपुरवठा वाढतो.

■ दुखऱ्या भागास होणारा रक्तपुरवठा नियंत्रित होतो.

■ प्रवाही ऊर्जेच्या मार्गातील अडथळे दूर होतात.

■ शिरांची स्पंदनं पूर्ववत होतात.

■ स्नायूंना बळकटी मिळते.

■ शरीरातील रासायनिक द्रव्यं व हार्मोन्समधील संतुलन पूर्ववत होते.

■ शरीरातील मानसिक व शारीरिक ताण मोकळे करून शरीरातील ऊर्जेची पातळी वाढविली जाते.

ॲक्युप्रेशरमुळे होणारे फायदे हे कालांतरानेच दिसू लागतात. याच्या उपचारपद्धतीचा कालावधी हा रोगाच्या तीव्रतेवर आणि रोगाच्या प्रकारावर अवलंबून असतो.

■

ॲक्युप्रेशरचे फायदे

असंख्य प्रकारच्या शारीरिक समस्यांवर व रोगांवर ॲक्युप्रेशर ही फार परिणामकारक, प्रतिकार करणारी व रोग बरे करणारी पद्धती आहे.

ही उपचारपद्धती अतिशय बिनधोक, सोपी तर आहेच, पण ती कुठल्याही वयोगटासाठी उपयोगात आणता येते.

ॲक्युप्रेशरचे फायदे पुढीलप्रमाणे आहेत :

- ही उपचारपध्दती अनाक्रमक असून याची सवय लागत नाही.
- यामुळे रोगाची लक्षणं बळावत नाहीत.
- जर विकार जुना असेल तरच त्याची लक्षणं काही काळ वाढल्यासारखी वाटतात.
- याच्यापासून इतर वेगळ्या समस्या उत्पन्न होत नाहीत व उपचार थांबवल्यावरही काही वेगळीच लक्षणं दिसत नाहीत.
- अनेक शारीरिक समस्यांच्या सुरुवातीच्या काळातच, कसल्याही प्रयोगशाळेतील चाचण्या न करता त्यांचे निदान करण्यासाठी ही पद्धत उपयोगात आणता येते.
- इतर औषधोपचार चालू असतानाही ही पद्धत उपयोगात आणता येते.

■ यामुळे सर्वसाधारण आरोग्य सुधारते. फक्त विकारग्रस्त भागाकडेच लक्ष न पुरवता सर्व शरीराचाच विचार केला जातो.

■

ॲक्युप्रेशरने बरे होणारे आजार

- रोगप्रवणता (ॲलर्जी) व दमा
- पाठीच्या कण्यात बिघाड
- मणक्यातील दाह (स्पॉन्डिलीसीस)
- संधिवात आणि सांध्यांचे व हाडांचे विकार
- पक्षाघात
- स्नायूविषयक समस्या
- हार्मोन्समधील अनियमितपणा
- श्वसननलिकेचा दाह (ब्राँकायटीस)
- सर्दी व सायन्सायटीस
- डोकेदुखी (मायग्रेन)
- मज्जारज्जूंच्या तणावामुळे अनियमित कार्य
- हृदयाशी संबंधित विकार
- उच्च रक्तदाब
- यकृत व पचनसंस्थेचे विकार
- आतड्याचा दाह
- मोठ्या आतड्याचा अल्सर व दाह
- मूत्रपिंडाचे विकार

- निद्रानाश व डोकेदुखी
- स्थूलपणा
- मासिकपाळी बंद होण्यासंबंधी
- मधुमेह
- रक्तक्षीणता (ॲनेमिया)

ॲक्युप्रेशरचे दाबबिंदू व त्यांचा वरचेवर होणाऱ्या प्रकृतीच्या तक्रार निवारणासाठी उपयोग यांची यादी पुस्तकात पुढे देण्यात आलेली असून ते आकृती क्र. ६ ते १० मध्ये सचित्र दाखवलेलं आहे.

तुमच्या डॉक्टरांनी दिलेली औषधं तुमच्यावर ॲक्युप्रेशरची उपाययोजना चालू असतानाही घेत राहावीत.

ॲक्युप्रेशरमुळे विकाराची लक्षणं कमजोर होऊन प्रकृती सुधारण्याची प्रक्रिया लवकर होईल.

■

सर्वसाधारण रोगांवर ॲक्युप्रेशरच्या दाबबिंदूंद्वारे उपाय

मस्तक आणि कपाळ

■ डोक्यावर आणि त्याच्या बाजूच्या सहा बिंदूंवर हलकेच दाबून, घड्याळाच्या दिशेने, सुमारे २० सेकंद/ ३० अंक मोजेपर्यंत, चक्राकार पद्धतीने चोळावे.

याचे फायदे : डोकेदुखीपासून आराम मिळतो, निद्रानाश, अपचन, थकवा, ग्लानी यांवर उपचार होऊन स्मरणशक्ती वाढते.

■ मध्यमप्रतीचा दाब देऊन, डोक्यावरील केसांच्या बाजूबाजूने, प्रत्येक दाबबिंदूंवर पाच अंक मोजेपर्यंत चक्राकार दाब द्यावा. याची तीन आवर्तनं करावीत.

याचे फायदे : मानसिक बिघाड हाताळता येतो, केसांचे गळणे थांबते, डोकेदुखी व निद्रानाश बरा होतो,

■ दोन्ही हातांच्या मधल्या बोटांनी कपाळावर कुंकू लावतो त्या जागी २० सेकंद एकसारखा दाब द्यावा. याची तीन आवर्तनं करावीत.

याचे फायदे : मन:शांती मिळते, सायन्सायटीस व डोकेदुखीपासून आराम मिळतो, डोळ्यांना आराम मिळतो व मनाची शक्ती वाढते.

■ भिवयांच्या मध्यावर एकसारखा किंवा चक्राकार दाब २०

सेकंद किंवा ३० अंक मोजेपर्यंत द्यावा.

याचे फायदे : डोकेदुखीपासून आराम मिळतो, थकवा दूर होतो, डोळ्यांना आराम मिळतो व सायनसायटीस नियंत्रणात राहातो.

■ डोक्याच्या दोन्ही बाजूला, साधारणपणे डोळ्यांच्या रेषेत, हलका पण एकसारखा दाब सुमारे ३० सेकंद द्यावा.

याचे फायदे : सायनसायटीसच्या लक्षणांपासून आराम मिळतो आणि डोकेदुखीचे प्रमाण कमी होते.

■ डोक्याच्या मागील भागात असलेल्या खड्डयावर हाताचा अंगठा ठेवून डोके मागे करावे. अंगठ्याने हलका दाब देत सुमारे ३० सेकंद याच अवस्थेत राहावं. याची तीन आवर्तनं करावीत.

याचे फायदे : डोकेदुखीपासून आराम मिळतो, निद्रानाश व मानसिक ताण दूर होतात, स्पॉन्डिलीसीसच्या वेदना कमी कमी होतात व रक्तदाब आटोक्यात येतो.

■ डोक्यावरील मागच्या बाजूला असलेल्या खोलगट भागाच्या दोन्ही बाजूला असलेल्या हाडांवर दोन्ही हाताच्या बोटांनी ३० सेकंद दाबून धरावे.

याचे फायदे : निद्रानाश, डोकेदुखी, मानसिक ताण, स्पॉन्डिलीसीस, सर्दी, अवघडलेली मान आणि चक्कर येणे यांपासून आराम मिळतो व उच्च रक्तदाबावर नियंत्रण होते.

■ डोक्यावरील मागच्या बाजूला असलेला खोलगट भाग, त्याच्या बाजूकडची दोन हाडे व डोक्याच्या वरचा भाग, हे सर्व

एकामागून एक असे प्रत्येकी २० सेकंद दाबून धरावे.

याचे फायदे : डोकेदुखीपासून आराम मिळतो व रक्तदाबावर नियंत्रण ठेवता येते.

■ डोक्यावरील पाचही विभागांच्या रेषांवर असलेल्या पाच बिंदूंवर हलका दाब देताना सर्व डोकं झाकलं जाईल, अशा रीतीने झाकत हलका दाब द्या. कानाजवळच्या बिंदूंवर १० अंक, त्याच्या आतील बिंदूंवर १२ अंक व मध्यावर १४ अंक मोजा.

याचे फायदे : डोकेदुखीपासून, सायन्सायटीसच्या लक्षणांपासून, मानसिक ताणापासून आराम मिळतो व केस गळण्याचे थांबतात.

चेहरा

■ भिवयांखाली अंगठा धरून त्याचा मध्यमप्रतीचा दाब देत चिमटा घ्या. ही क्रिया तीन वेळा करावी.

याचे फायदे : सायन्सायटीसची लक्षणं कमी होतात, मानसिक ताण कमी होतो व डोळे निवळतात.

■ भिवयाच्या आतील बाजू एकसारखा ३० सेकंद दाब देत वरती दाबा. हे तीन वेळा करा.

याचे फायदे : एकाग्रता वाढते व विचारशक्ती सुधारते.

■ दोन्ही डोळ्यांच्या बाजूचे एकेक व त्याच्या खालच्या व वरच्या तीन बिंदूंवर प्रत्येकी २० सेकंद याप्रमाणे दाब द्यावा. ही क्रिया तीन वेळा करावी.

याचे फायदे : डोळ्यांना आराम मिळतो.

■ कानाच्या मागे हलका दाब द्यावा.

याचे फायदे : रक्तदाब नियंत्रित राहतो व कानाचे आणि चेहऱ्याचे दुखणे कमी होते.

■ कानाला मालीश करणे : कानाचा आकार हा डोके खाली करुन गर्भावस्थेत असलेल्या अर्भकाप्रमाणे असतो. कानाच्या बाकाचा आकार हा पाठीच्या कण्याप्रमाणे असतो. या वरील प्रत्येक बिंदू २० सेकंद दाबावा. ही क्रिया तीन वेळा करावी.

याचे फायदे : मणिबंधाचे आणि मेंदूचे जास्तीत जास्त प्रतिसाद बिंदू यांत येतात त्यामुळे त्यांचे कार्य नियंत्रित करायला मदत होते.

■ नाकावरचे बिंदू : (अ) नासिकाग्र तर्जनीने दाबून उजवी डावीकडे वळवा व फिरवा. दहा वेळा केल्यावर दाब सैल करा. (ब) नाकाचा खालचा भाग तर्जनीने वर दाबून धरा, डोके खाली करून बोट दहा वेळा फिरवा, मग दाब सैल करा. (क) दोन्ही तर्जनींनी नाकपुड्या दाबा व दहा वेळा बोटं फिरवून झाल्यावर दाब सैल करा. तिन्ही बिंदू एकामागून एक तीन वेळा उद्दीपित करा.

याचे फायदे : सायन्सायटीसची लक्षणं कमी होतात, ॲलर्जी व नाकाचे इतर विकार बरे होतात.

■ गालाच्या ठिकाणी असलेल्या हाडावर तीन बोटं ठेवा व तीन वेळा फिरवून दाब सैल सोडा. ही क्रिया तीन वेळा करावी.

याचे फायदे : सायन्सायटीसची लक्षणं कमी होतात, खोकला

कमी होतो व पचनक्रिया सुधारते.

■ नासिकाग्रावर तीस सेकंद जोराने दाबणे व नंतर सैल सोडणे.

याचे फायदे : पचनक्रिया सुधारते.

■ नाकाखाली व वरच्या ओठावर असलेल्या बिंदूंवर एकसारखा १० सेकंद दाब देऊन सैल सोडणे. ही क्रिया तीन वेळा करावी.

याचे फायदे : आकडी किंवा चक्कर आल्यास किंवा बेशुद्धावस्था आल्यास याचा प्रथमोपचारासारखा उपयोग होतो.

■ कानापासून ते हनुवटीपर्यंतच्या चार चार बिंदूंवर प्रत्येकी २० सेकंद दाब द्यावा.

याचे फायदे : जबड्याचे अडकून राहणे बरे होते व तिथल्या वेदना कमी होतात.

■ हनुवटीच्या मध्याखाली एकसारखा दाब द्यावा किंवा अंगठ्याने त्या बिंदूला एक मिनिट आधार द्यावा. ही क्रिया तीन वेळा करावी.

याचे फायदे : बद्धकोष्ठतापासून आराम मिळतो.

मान

हे उपचार मानेच्या मागील बाजूवर तीन टप्प्यात करतात. (अ) मानेच्या कडेने खाली खांद्यापर्यंत बोटाने मध्यम स्वरूपाचा दाब द्यावा, (ब) मान जिथे खांद्यापाशी येऊन मिळते त्या बिंदूवर अंगठ्याने दाब द्यावा, (क) खांदा सर्व बाजूंनी दाबून मग दाब सैल करावा. ही क्रिया तीन वेळा करावी.

याचे फायदे : डोकेदुखीपासून आराम मिळतो, मान दुखायची थांबते व उत्साहवर्धक वाटते.

छाती

■ मान खांद्याला येऊन मिळते तिथल्या ग्रीवेच्या हाडामध्ये (कॉलर बोन) हलकेच दाब द्या व मान पुढे झुकवून दहा अंक मोजेपर्यंत थांबा. ही क्रिया तीन वेळा करावी.

याचे फायदे : खोकला, सर्दी, दमा व श्वसनक्रियेतील अडथळ्यावर नियंत्रण ठेवता येते.

■ छातीच्या बाजूवरील चार विभागातील विशिष्ट बिंदूंवर प्रत्येकी तीन सेकंद या प्रमाणे हलका दाब द्यावा. प्रत्येक बिंदूंवर ही क्रिया तीन वेळा करावी.

याचे फायदे : खोकला व दम्यावर नियंत्रण ठेवता येते.

पोट

■ आकृती क्र. ४ मध्ये दाखविलेल्या नऊ बिंदूंवर दाब देणे व सैल सोडणे

याचे फायदे : बद्धकोष्ठता व पचनक्रियेच्या इतर समस्या ठीक करते.

■ आकृती क्र. ५ मध्ये दाखवलेल्या तीन बिंदूंवर प्रत्येकी दहा आकडे मोजत दाब देणे व सैल सोडणे. यातील पहिला बिंदू नाभीच्या खाली तीन बोटांवर असतो व बाकीचे दोन बिंदू त्याच रेषेत माकड-

हाडावर असतात.

याचे फायदे : अवघडलेले खांदे मोकळे होतात व हातातील वेदनांना आराम मिळतो.

हात

■ खांद्यावरून बोट फिरवत तेथील स्नायू सर्व बाजूंनी दाबावेत किंवा चिमटे घ्यावेत.

याचे फायदे : सर्व्हायकल स्पॉन्डिलीसीसमुळे होणाऱ्या वेदना शमतात, डोकेदुखी कमी होते व अवघडलेल्या खांद्यांना आराम मिळतो.

■ हाताच्या चारही विभागातील प्रत्येक रेषेवर तीन सेकंद या प्रमाणे दोन्ही हाताच्या आठही विभागातील रेषांवर अंगठ्याने दाब द्यावा. ही क्रिया तीन वेळा करावी.

याचे फायदे : अवघडलेले खांदे मोकळे होतात व हातातील वेदना शमतात.

■ कोपराच्या मध्यावरचा व दोन्ही बाजूचे दोन, असे तीन बिंदू दाबावेत.

याचे फायदे : कोपरदुखीचा (टेनिस एल्बो) विकार ठीक होतो व बद्धकोष्ठता कमी होते.

■ मनगटावरचे बिंदू दाबावेत.

याचे फायदे : बोटाच्या सांध्यातील घट्टपणा व मनगटातील

दुखणे कमी होते.

■ हाताच्या पंजाच्या मागील बाजूवर, बोटांच्या रेषेत दाब देत दहा वेळा बोटं फिरवावीत. हे तीन वेळा करा.

याचे फायदे : बोटांच्या सांध्यातील घट्टपणा व मनगटातील दुखणे कमी होते.

अति श्रमाने किंवा प्रकृती ठीक नसल्याने जेव्हा शरीर थकल्या-सारखं वाटतं तेव्हा मूत्रपिंडाजवळील ग्रंथी (ॲड्रीनल ग्लॅन्ड), छाती व पोटामध्ये असलेला पडदा (डायफ्राग्म) आणि संपूर्ण मणिबंध यावरचे प्रतिसाद बिंदू उद्दीपित करायला हवेत. या शिवाय मूत्राशया-

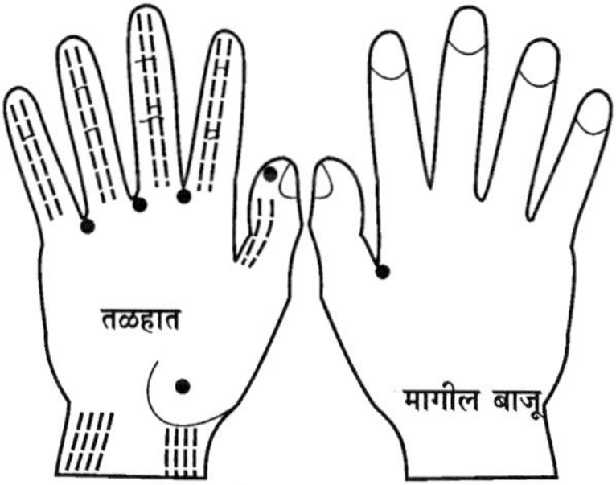

आकृती ६ अ : **शारीरिक वेदना व सशक्तपणा वाढविण्यासाठीचे प्रतिसाद बिंदू**

वरचे दोन, मूत्रपिंडावरचे दोन व पित्ताशयावरचे दोन असे सहा बिंदू

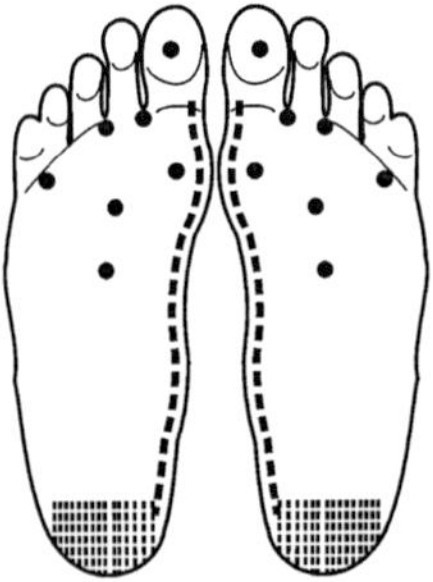

आकृती ६ ब

उद्दीपित केले पाहिजेत.

सायन्सायटीसवर उपचार करण्यासाठी डोक्यावरचे, सायनसचे, लसिकाग्रंथीचे (लिंफ नोड), मूत्रपिंडाजवळील ग्रंथींचे (ॲड्रीनल ग्लॅन्ड), मानेचे व मणिबंधाच्या वरच्या भागाचे प्रतिसाद बिंदू उद्दीपित करायला हवेत. मोठ्या आतड्यावरचे व प्लीहेवरचे दोन, पित्ताशय व लहान आतड्यावरील प्रत्येकी एकेक असे दाब देण्याचे बिंदू आहेत. चेहऱ्यावरचे सर्व बिंदू प्रत्येकी २० सेकंद याप्रमाणे

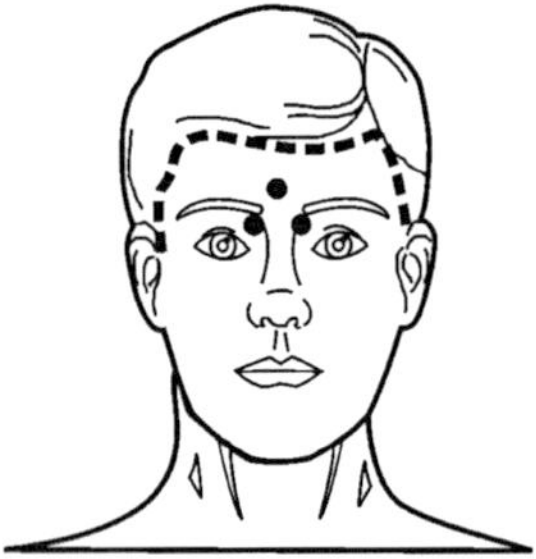

आकृती ६ क

तीन वेळा व दिवसातून दोनदा, उद्दीपित करावेत.

डोकेदुखी व मायग्रेनच्यावर उपचार करण्याकरिता, मान, पाठीचा कणा, सर्व एन्डोक्राइन ग्लॅन्ड, आतडी, डोळे, कान, बोटं, अंगठे व बोटांमधील जागांवरचे प्रतिसाद बिंदू उद्दीपित करावेत. हाताच्या मागील बाजूचे बिंदू तर्जनी व अंगठ्यामधील त्रिकोनी भागावर असतात.

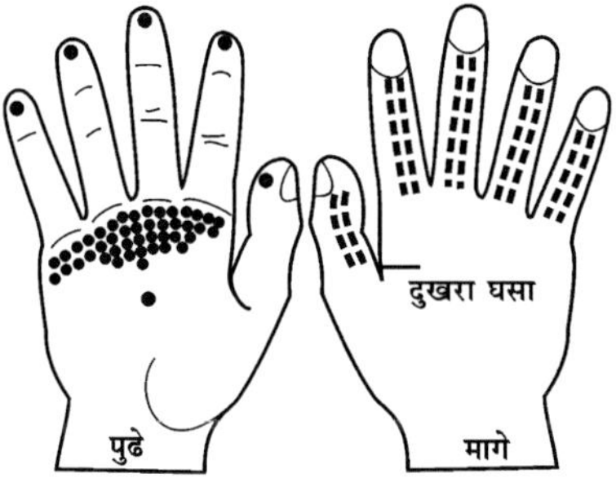

आकृती ७ अ : **सायन्सायटीस् व सर्वसाधारण सर्दीच्या उपचाराचे प्रतिसाद**

अंगठा १५ ते ३० सेकंद पुढेमागे करत दाब द्यावा. गर्भवती स्त्रियांकरिता हे उपचार वर्ज्य आहेत.

मानसिक तणाव हे प्रकृतीच्या अनेक समस्या व लक्षणे निर्माण करतात. मेंदूचे प्रतिसाद बिंदू असलेल्या हाता-पायाच्या अंगठ्यांवर प्रत्येकी दोन मिनिटं खंडित दाब द्यावा, हा मानेच्या व मेंदूच्या

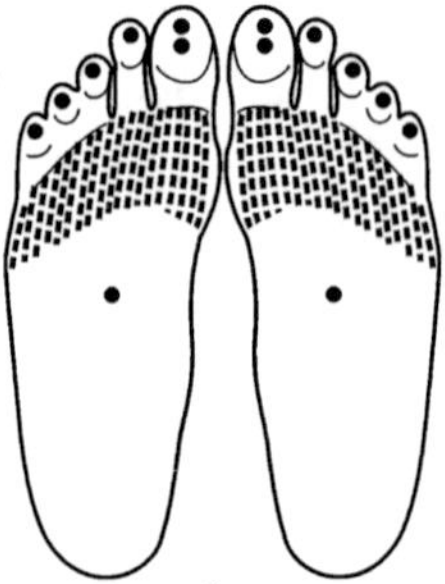

आकृती ७ ब

समस्यांवर एक सोपा उपाय आहे. हे दिवसातून दोन वेळा करावे. ॲक्युप्रेशरने मानसिक तणावाशी संबंधित विकार कमी होत असले तरी, अशा व्यक्तीने योग किंवा ध्यानधारणा यांसारख्या आराम देणाऱ्या अन्य उपचारांचाही सराव केल्यास त्याचा परिणामकारक उपयोग होतो. पोटाशी संबधित विकारांसाठी (जसे: अपचन, जळजळणे, आंत्र-व्रण, आम्लपित्त, इ.) हाताच्या किंवा पायाच्या अंगठ्याची सतत हालचाल करून पोटाशी संबंधित प्रतिसाद बिंदू उद्दीपित केले पाहिजेत.

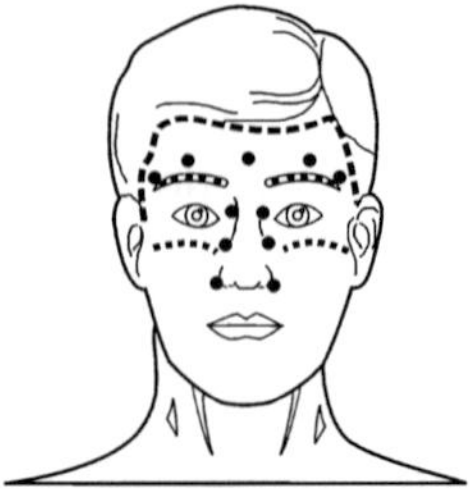

आकृती ७ क

पोटावरून अंगठा फिरवून प्रथम दुखरी जागा शोधा. जिथे

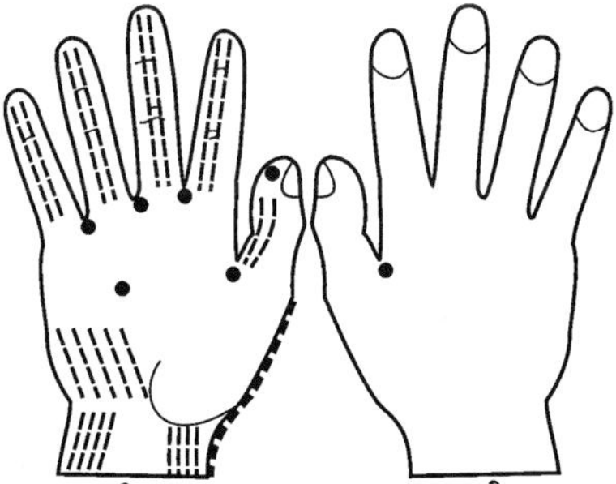

आकृती ८ अ : **अर्धशिशी व डोकेदुखीच्या उपचाराचे प्रतिसाद बिंदू**

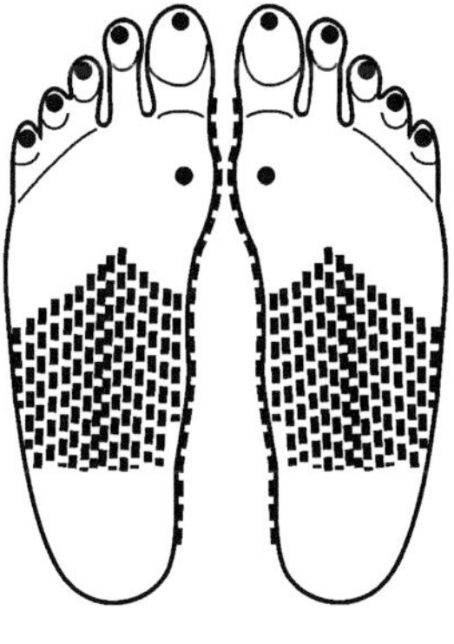

आकृती ८ ब

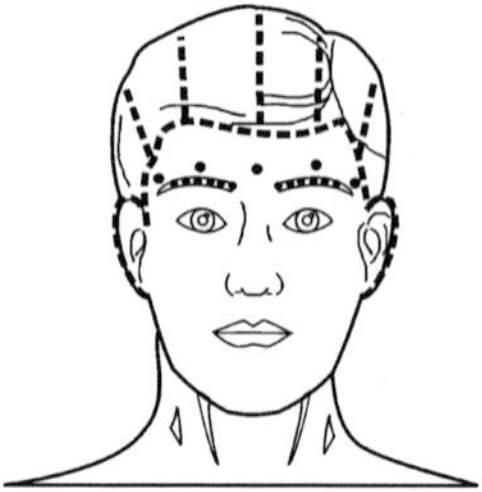

आकृती ८ क

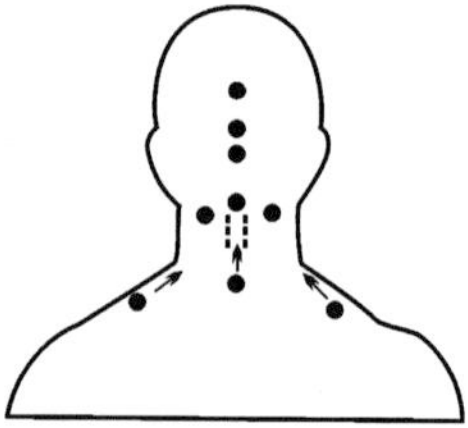

आकृती ८ ड

तुम्हाला दुखेल तिथे अंगठ्याच्या टोकाने जोराने दाबत खंडित दाब

आकृती ९ अ : **मज्जासंस्थेचे विकार व मानसिक तणावांचे उपचाराचे प्रतिसाद बिंदू**

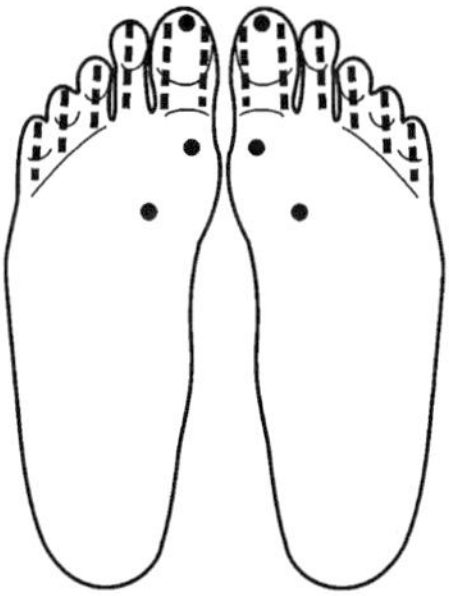

आकृती ९ ब

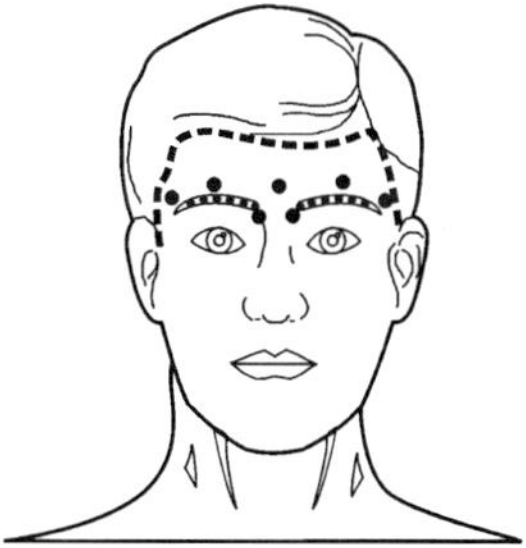

आकृती ९ क

द्यावा. ही क्रिया तीन वेळा करून मग दुसऱ्या दुखणाऱ्या भागाकडे

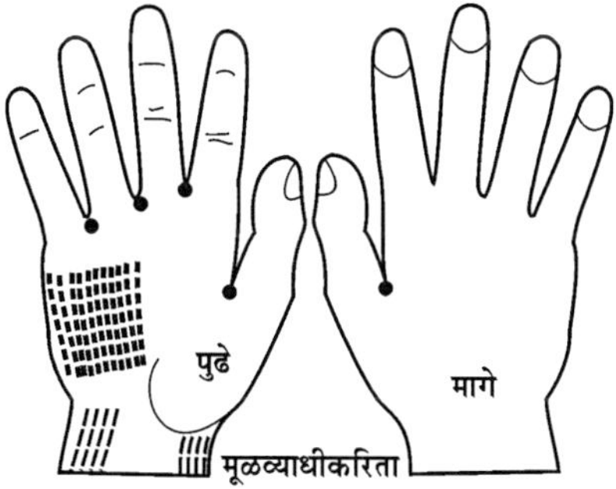

आकृती १० अ : **पचनक्रियेतील बिघाडावर उपचाराचे प्रतिसाद बिंदू**

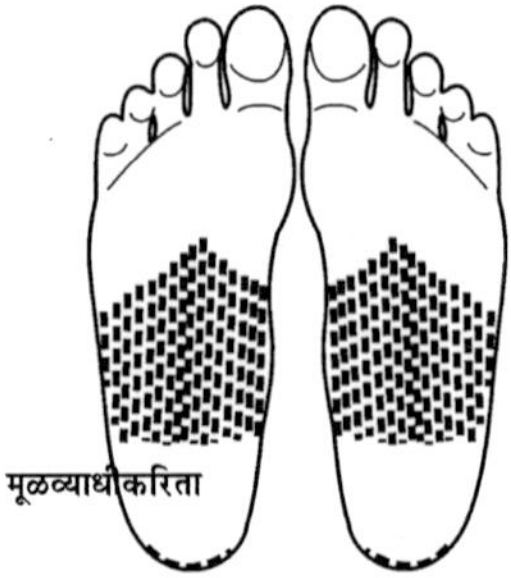

आकृती १० ब

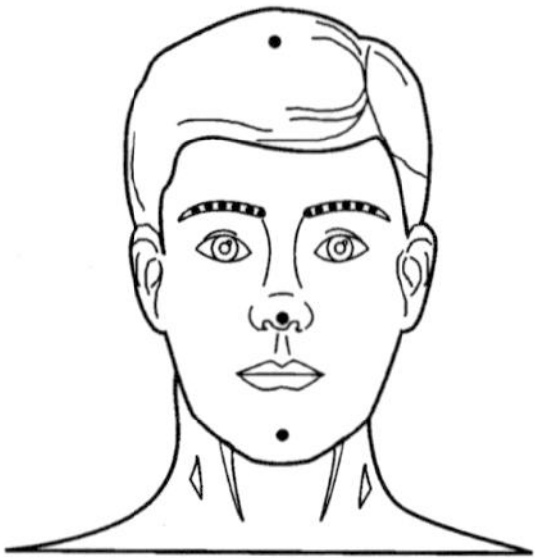

आकृती १० क

वळावे. तसेच पायाच्या अंगठ्याच्या व शेजारच्या बोटामधील त्वचा किंवा तर्जनी व हाताच्या अंगठ्यामधील त्वचा दोन मिनिटं चिमटीत पकडून दाबावी. हे दिवसातून दोन ते तीन वेळा करावे.

जर तुम्हाला आतड्याशी संबंधित तक्रारी असतील (बद्धकोष्ठता, गॅसेस, हगवण, आतड्याचा दाह इ.) तर अशा वेळी आतड्याशी संबंधित असलेले प्रतिसाद बिंदू उद्दीपित करणे गरजेचे ठरते. हे दिवसातून दोन वेळा करावे. तसेच आकृती क्र. ११ मध्ये दिलेले बिंदू उद्दीपित करावेत.

१. पोटाचा वरचा भाग
२. लहान आतडं
३. मूत्राशय

आकृती ११ अ : पोटावरचे प्रतिसाद बिंदू

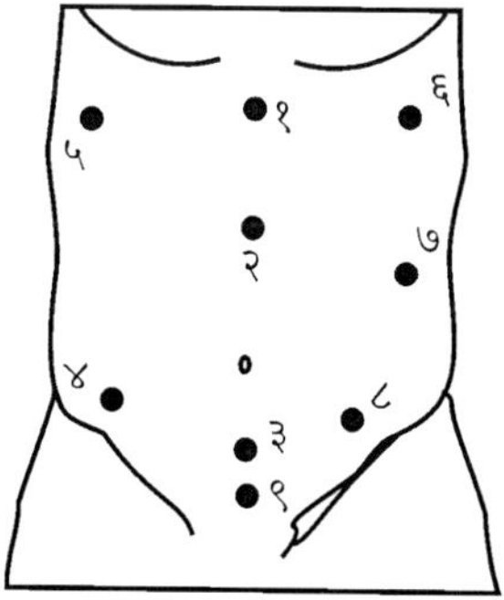

४. सेकम (Cecum) लहान आतडं व मोठं आतडं एकत्र येऊन मिळतात तिथे असलेली एका बाजूचे तोंड बंद असलेली पिशवी. लहान आतडं, मोठ आतडं व आंत्रपुच्छ एकत्र येऊन मिळतात तिथे असलेली झडप.

५. यकृत

६. प्लीहा

७. मोठ्या आतड्यापासून गुदापर्यंतचा खाली उतरत जाणारा मार्ग

८. सीग्मॉईड कॉलम, सीग्मा या ग्रीक अक्षरासारखा मलाशयाच्या वरचा भाग

९. मलाशय

उपयोगात आणण्याची पद्धत

- प्रथम बिंदूपासून सुरुवात करून नवव्या बिंदूपर्यंत दाब देत जाणे.
- डावा तळवा उजव्या पंजाच्या मागे ठेवून दोन्ही हातांनी प्रत्येकी तीन सेकंद दाब द्यावा.

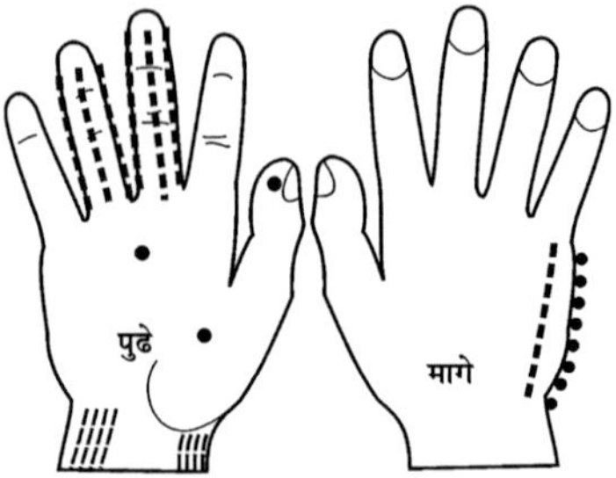

आकृती १२ अ :
गुडघेदुखी व संधिवाताचे उपचार करण्यासाठीचे प्रतिसाद बिंदू

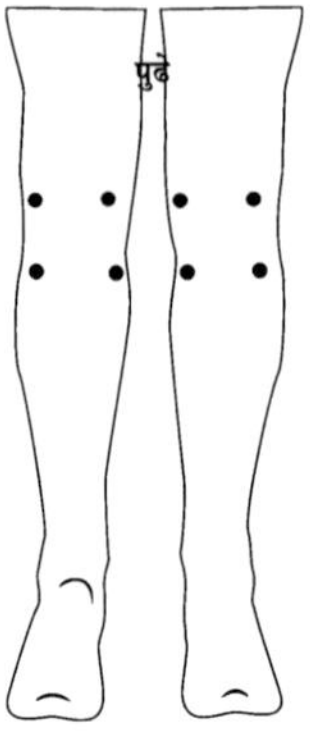

आकृती १२ ब

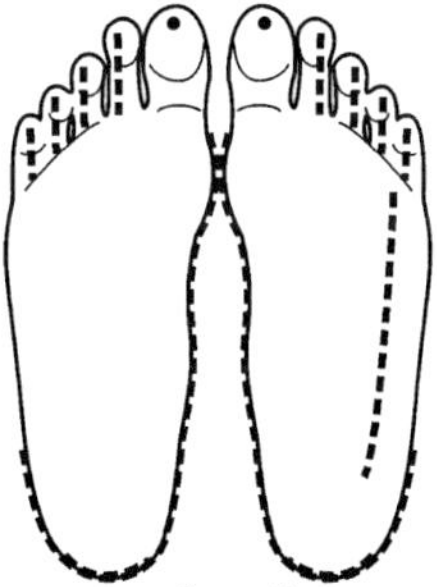

आकृती १२ क

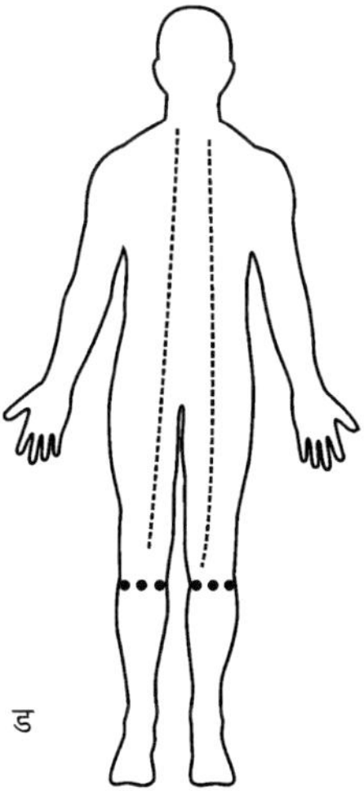

आकृती १२ ड

■ दाब देण्यापूर्वी दीर्घ श्वास घेऊन हाताचा दाब वाढवत न्यावा.

■ दाब कमी कमी करत श्वास सोडावा.

■ हीच क्रिया एक-दोन वेळा करावी.

■ तर्जनी, मधले बोट व करंगळी यांची टोकं एकमेकांस मिळवून वरील अभ्यास तीन वेळा करावा.

संधिवातासाठी मणिबंधावरच्या, ढुंगणावरच्या आणि गुडघ्या-

वरच्या प्रतिसाद बिंदूंना उद्दीपित करायला हवे. विशेषत: जेव्हा संधिवाताने गुडघा दुखत असेल तेव्हा गुडघ्याच्या वाटीवर व वाटीखाली सुमारे ४ ते ५ इंचावर असलेले बिंदू प्रत्येकी तीन सेकंद दाब देऊन सोडत दाबायला हवेत. ही क्रिया तीन वेळा करावी. गुडघ्याच्या मागील तीन बिंदू अंगठ्याने प्रत्येकी तीन सेकंद याप्रमाणे दाबावेत व ही क्रिया तीन वेळा करावी.

मांड्या आणि कटिभाग

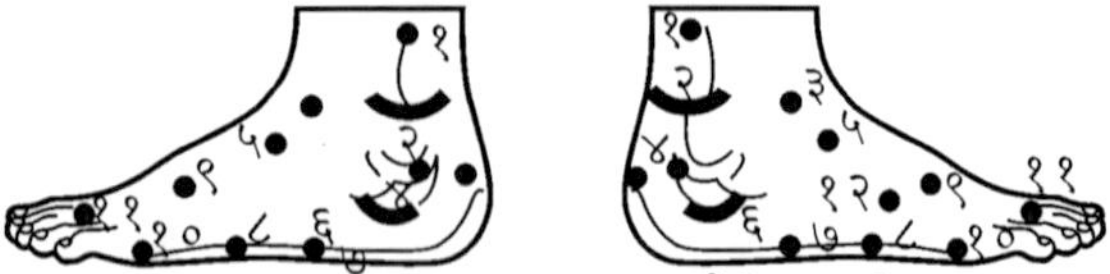

बाहेरील उजवी बाजू **बाहेरील डावी बाजू**

आकृती १३ अ : **पायाच्या घोट्यावरील व बाजूवरील प्रतिसाद बिंदू**

---

१. गुडघा
२. कमरेचे सांधे
३. गर्भाशयातील नलिका (फेलोपीयन ट्यूब)
४. रज:पिंड व वृषण
५. पोटाचा पडदा

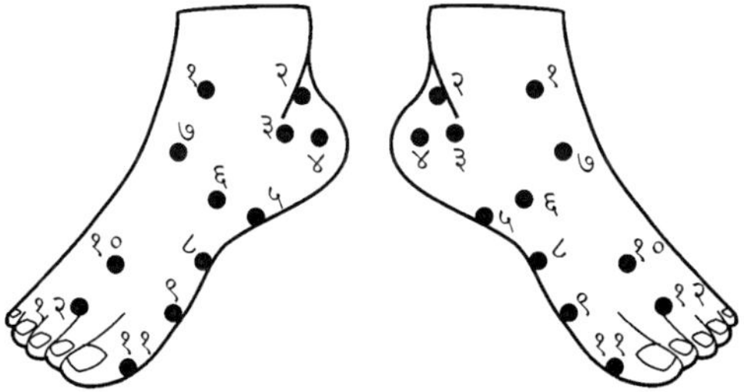

उजव्या बाजूची आतील बाजू

डाव्या बाजूची आतील बाजू

१. गर्भाशयातील नलिका (फेलोपीयन ट्यूब)
२. मांड्या व कटिभाग
३. गर्भाशय, प्रोस्टेट, वृषण
४. गुदद्वार
५. सेकम (पाठीच्या कण्याचा माकडहाडाच्यामध्ये असलेली हाडं)
६. मूत्राशय
७. पोटावरचा पडदा

■

ॲक्युप्रेशरच्या सरावासाठी मार्गदर्शक तत्त्वे

सर्वात महत्त्वाचं म्हणजे ॲक्युप्रेशरच्या एखाद्या प्रशिक्षित व अनुभवी तज्ज्ञाकडून, हाता-पायावरचे प्रतिसाद बिंदू व शरीराच्या वेगवेगळ्या भागावरचे ॲक्युप्रेशर बिंदू उद्दीपित करण्याची पद्धत शिकून घेतली पाहिजे.

■ हातावरचे किंवा पायावरचे प्रतिसाद बिंदू उद्दीपित करताना ते तीन ते पाच सेकंद दाबून मग दोन ते तीन सेकंद सैल सोडून परत तिथे दाब दिला जातो.

■ ही क्रिया प्रत्येक बिंदूंवर तीन वेळा करावी व दिवसातून दोनदा करावी.

एन्डोक्राईन ग्लॅन्डचे विकार होऊ नयेत यासाठी व स्वस्थ प्रकृती ठेवण्यासाठी या ग्रंथीचे दोन्ही हातावरील बिंदू उद्दीपित करणे आवश्यक असते.

■ हे दिवसातून पाच ते दहा मिनिटं करावे.

■ इतर सर्व विकारासाठी बाधा झालेल्या भागाचे बिंदू एक ते दोन मिनिटं उद्दीपित करावेत.

■ या व्यतिरिक्त इतर महत्त्वाच्या अवयवांचे, मूत्रपिंड, पचनसंस्था,

लसीका ग्रंथी (लिम्फ नोड) इ.चे प्रतिसाद बिंदू प्रत्येकी तीन ते पाच मिनिटं उद्दीपित करावेत.

■ या बिंदूंवर देण्याचा दाब हा त्या त्या अवयवावर अवलंबून असतो.

■ हृदयाचे बिंदू हे फक्त अ‍ॅक्युप्रेशरच्या अनुभवी व तज्ज्ञ माणसानेच हाताळावेत.

■ स्नानाच्या व जेवण्याच्या अर्धा तास आधी व नंतर अ‍ॅक्युप्रेशर करणे टाळावे.

■ सोसवेल इतकाच दाब दिला पाहिजे. तो जास्त झाल्यास हानिकारक होऊ शकतो.

■ हाडाच्या जवळ टणक व धारदार वस्तूंनी दाब देणे टाळावे. कारण त्यामुळे तेथील मज्जारज्जूंना इजा होण्याची शक्यता असते.

■ प्रतिसाद बिंदूंवर दाब देण्यापूर्वी त्याच्या मागील बाजूस हाताने आधार द्यावा.

■ मूत्रपिंडाचे व अ‍ॅड्रीनल ग्रंथींचे प्रतिसाद बिंदू उद्दीपित करून मग हा अ‍ॅक्युप्रेशरचा उपचार संपवावा.

■

रोगनिवारणांत दागिन्यांचा उपयोग

भारतीय व्यक्ती त्यांच्या निरनिराळ्या रीतीरिवाजांनी, सणांनी व योगाचरणामुळे त्यांच्या दैनंदिन आयुष्यात ॲक्युप्रेशरचा सराव करत असतातच.

काहींच्या मते ह्यासाठीच दागिन्यांचा शोध लागला असावा.

पुरातन भारतीय लिखाणात स्त्रियांसाठी पुढील बारा प्रकारच्या दागिन्यांचा उल्लेख आढळतो व त्यातील काहींचा तर रोगनिवारक म्हणून उपयोग होतोच.

टिक्का

■ हा दागिना डोक्याच्या वरच्या मध्यापासून ते कपाळापर्यंत घातला जातो.

■ हा मूत्राशयाच्या मेरिडिअन्वर आणि मेंदूच्या मागील ग्रंथीवर (पीनिअल ग्लॅन्ड) दाब देतो.

■ पीनिअल ग्लॅन्ड ही वाटाण्याच्या आकाराची ग्रंथी मेंदूच्या मागे कवटीपाशी असते.

■ हा दागिना घातल्याने मेंदूचे कार्य नियंत्रित होऊन मनाला शांती मिळते.

शिश फूल

■ हा दागिना कपाळावर घातला जातो व तो मूत्राशयाच्या मेरिडिअन्च्या बिंदूंवर दाब देतो.

■ शिश फूल परिधान केल्याने डोकेदुखी व निद्रानाश आटोक्यात ठेवता येतो.

नाकातील वळं

■ हा दागिना नाकात घालतात.

■ हे नाकात घातल्याने नाकाचे संसर्गजन्य रोगांपासून संरक्षण होते.

■ याचा हृदयाच्या मेरिडिअन्शी संबंध असतो.

कर्णभूषणं

■ कानाच्या पाळीवर घातलेल्या या दागिन्यांनी मेंदूचे कार्य नियंत्रित ठेवता येते व स्मरणशक्ती वाढते.

■ ही घातल्यामुळे पडजिभेचे संसर्गजन्य रोगांपासून संरक्षण होते.

■ चांदीची कर्णभूषणं घातल्यास अवाजवी भूक लागत नाही.

■ ही कानाच्या वरच्या भागांत घातल्यास हार्नियापासून संरक्षण मिळते.

बांगड्या आणि कडं

■ हे मनगटावर घातले जाते व याने मनगटावरील बीजांडकोशाचे व गर्भाशयाचे प्रतिसाद बिंदू दाबले जातात.

■ ह्या दगिन्यामुळे जननक्रियेशी संबंधित अवयवांचे कार्य नियंत्रित होते.

■ याच्या हालचालीमुळे झालेल्या आवाजाने मनाचे अस्वास्थ्य नियंत्रणात राहाते.

अंगठी

■ डाव्या हाताच्या करंगळीत घातल्यास हृदयाचे प्रतिसाद बिंदुंवर दाब बसतो.

■ लग्न झालेल्या स्त्रियांना म्हणूनच कदाचित ह्या बोटांत ही अंगठी घालायला सांगतात.

■ इतर बोटात अंगठी घातल्यास मेंदू, डोळे आणि कानाचे प्रतिसाद बिंदू दाबले जातात.

कंठभूषणं

■ गळ्यापासून छातीपर्यंत घातलेल्या माळेने हृदयाचे व फुफ्फुसाचे शियात्सु बिंदूंवर दाब बसतो.

■ यामुळे या अवयवांचे कार्य नियंत्रणात राहाते.

गळपट्टा

■ हा दागिना गळ्यापाशी घट्ट असतो.

■ हा दागिना थायरॉईड ग्लॅन्डस् व पॅरा थायरॉईड ग्लॅन्डस्‌चे शियात्सु बिंदूंवर दाब देतो.

■ हा घातल्याने याचे कार्य नियंत्रणात राहाते.

कमरपट्टा

■ हा दागिना कमरेभोवती घालतात.

■ हा घातल्याने बीजांडकोश, गर्भाशय व मूत्रपिंडाचे बिंदूंवर तसेच प्लीहेच्या मेरिडिअन् बिंदूवर दाब बसतो.

■ याने मासिकपाळीच्या तक्रारींचे निवारण होते व पचनक्रिया सुधारते.

पायातील कडी

■ हा दगिना घोट्यावर घातला जातो.

■ बांगड्या वा कड्यांप्रमाणे हे गर्भाशयाचे व बीजांडकोशाचे बिंदू दाबतात.

पायाच्या बोटावरची वळी

■ ही वळी डोळे, कान आणि मज्जारज्जूंवरचे प्रतिसाद बिंदूंवर दाब देतात.

■ सोलर प्लेक्ससमधील असंतुलन दूर करतात, ओव्हुलेशन्

नियंत्रित करतात व बाळंतवेदना कमी करतात.

■ पायाच्या अंगठ्यात जर तांब्याची किंवा चांदीची वळी घातली तर उच्च रक्तदाब व मेंदूचे विकार नियंत्रणात राहतात. सोलर प्लेक्सस हे पोटाच्या मागे मज्जारज्जूंच्या अनुकंपन पेशींचे जाळे असते.

■ हा दाब फार तीव्र स्वरूपाचा नसावा, तर एकसारखा व हलका असावा, त्यामुळेच निरनिराळ्या अवयवांचे, विशेषत: मेंदू व जननेंद्रियांचे, कार्य सुरळीत चालते.

■

ॲक्युप्रेशरची साधने

ॲक्युप्रेशरचा दाब देऊ शकणारी अनेक प्रकारची साधनं बाजारात उपलब्ध आहेत व ती वापरून रोगांवर उपचार करता येतो.

बऱ्याच प्रमाणात ही साधनं लाकूड, प्लॅस्टिक अथवा रबराची केलेली असतात. अशी साधनं आपण तज्ज्ञांच्याच मार्गदर्शनाखाली घ्यावीत, हे केव्हाही योग्यच ठरेल,

अशाच काही साधनांची माहिती पुढे देण्यात आलेली आहे.

जिमी

■ हे एक लांबट आकाराचे साधन असते व याच्या मध्ये पिरॅमिडच्या आकाराचे उंचवटे असतात.

■ हे धातू, लाकूड, रबर अथवा प्लॅस्टिकपासून बनवलेलं असतं.

■ जिमीचा उपयोग हाताच्या व पायाच्या प्रतिसाद बिंदूंवर दाब देण्यासाठी वापरतात.

■ हे साधन हाडाच्या जवळ वापरू नये. कारण तसे केल्याने जवळच्या मज्जारज्जूंना इजा होऊ शकते.

■ या साधनाने जोराचा दाब न देता हलकाच दाब द्यावा.

सर्व्हायकल जिमी किंवा मिनी रोल

■ यालाही जिमीप्रमाणेच पिरॅमिडच्या आकाराचे उंचवटे असतात.

■ या खेरीज याला दोन्ही टोकांना जोडणारी मूठ असते.

■ जी जागा उद्दीपित करायची असेल तिच्यावर हा सर्व्हायकल जिमी फिरवावा.

■ हे साधन सर्वसाधारणपणे शरीराच्या नाजूक भागावर वापरतात.

■ मानेच्या व बोटांच्या दोन्ही बाजूंवर हे प्रत्येकी तीन वेळा वापरावे.

पायाचा रोलर

■ एखाद्या लांब दांडक्यासारखे हे उपकरण असते व त्यावर पिरॅमिडच्या आकाराचे लहान उंचवटे असतात.

■ हे साधन पायाचे सर्वसाधारण बिंदू उद्दीपित करायला वापरावं.

■ हे वापरताना खुर्चीत बसून एकावेळी एक पाय याच्यावर ठेवून तीन मिनिटं मागेपुढे करावा.

■ हीच क्रिया मग दुसऱ्या पायाने करावी.

■ याने शरीर सचेतन होतं व रक्तप्रवाह वाढतो व अर्थातच यामुळे उत्साह वाढतो.

हाताचा रोलर

■ हे साधन पायाच्या रोलरप्रमाणेच असतं, पण याचा आकार लहान असतो व ते हाताच्या बिंदूंसाठी वापरतात.

■ हाताच्या दोन्ही तळव्यात हे दाबून धरून दोन मिनिटं फिरवावं. असे केल्याने अंगदुखी, मानसिक ताण व ग्लानीचे निवारण होते.

चुंबकाचा स्पाईन रोलर

■ या साधनात लोहचुंबकाची चार चाकं असतात व हे पाठीच्या कण्यावर वापरतात.

■ या साधनाने कण्याच्या दोन्ही बाजूंवर दाब बसतो व त्यामुळे तिथले प्रतिसाद बिंदू उद्दीपित होतात.

■ पाठीच्या कण्याला सहन होईल इतकाच दाब देत हा रोलर मानेपासून खाली ढुंगणाकडे व परत विरुद्ध दिशेने फिरवावा.

■ हीच क्रिया पायांपर्यंतही करायला हरकत नाही.

■ स्पॉन्डिलायसीस, सायटिका व पाठदुखीवर हा उपचार जरूर करावा.

पॉवर मॅट

■ याला पिरॅमिड पॅड असेही म्हणतात. यावरही पिरॅमिडच्या आकाराचे उंचवटे असतात, मध्यभागी उंचवटा असतो व त्यावर पायाचा तळवा टेकतो.

■ या मॅटवर तीन ते पाच मिनिटे चालण्याने पित्त, मधुमेह व पाठदुखीवर नियंत्रण ठेवता येते, तसेच मानसिक ताण दूर होतो, वजन कमी होते व उत्साह वाढतो.

■ डोकेदुखी, अर्धशिशी, सायन्सायटीस, दमा, निद्रानाश व

स्मरणशक्ती कमी होणं यावरही, हा परिणामकारक उपचार आहे.

■ या साधनाचा पहाटे व रात्री झोपायला जाण्यापूर्वी उपयोग केल्यास सर्वाधिक फायदा मिळतो.

■ पायाची त्वचा जर हुळहुळी असेल, तर या मॅटवर एखादे कापड पसरावे.

■ हे मॅट अनेक प्रकारात उपलब्ध असल्याने ते तज्ज्ञांच्या सल्ल्यानेच घ्यावे.

मल्टिप्लेक्स मसाजर

■ ह्या साधनात चार रोलर एका मुठीला बसवलेले असतात.

■ ऊर्जेच्या प्रवाहात येत असलेला अडथळा दूर करून मानसिक व शारीरिक शैथिल्य दूर करायला, हे साधन फार उपयुक्त आहे.

■ शरीराच्या प्रत्येक भागावर दाब देण्यासाठी, हे साधन फार उपयुक्त आहे.

■ हे साधन डोकेदुखी, निद्रानाश, मानसिक तणाव, पाठदुखी व दुखऱ्या खांद्यांवर उपचार करायला वापरावे.

■

चला जाणून घेऊ या!

चक्रं आणि नाडी

लेखक
रवींद्र कुमार

अनुवाद
सुभाष जोशी

तीन प्रमुख नाड्यांचा (ऊर्जा मार्ग) उपयोग करत, कुंडलिनी मणिबंधातील सात चक्रांमधून (ऊर्जेची चक्रं) प्रवास करते. चक्रांची क्रमश: जागृती होत गेल्यावर साधकाच्या
व्यक्तिमत्त्वात परिवर्तन होत जातं व सरतेशेवटी तो महामानव बनतो.
आपल्या अर्थहीन आयुष्यात बदल करून ते ज्यांना अर्थपूर्ण व दर्जेदार करावयाचं आहे, अशा व्यक्तींसाठी हे पुस्तक फार गरजेचं आहे. तसं केल्याने मन:शांती व आनंद प्राप्तीही आपोआपच होते.

चला जाणून घेऊ या!

हस्तसामुद्रिक

लेखक
विजय कुमार

अनुवाद
वृषाली पटवर्धन

जगातल्या सर्वच ठिकाणी असणाऱ्या प्राचीन संस्कृतीच्या भक्कम पायावर आजच्या हस्तसामुद्रिकाचा भव्य प्रासाद उभा आहे.

तुमचा तळवा म्हणजे तुमचं व्यक्तिमत्त्व आहे. आपल्या चारित्र्याचा आणि सर्व क्षमतांचा जिवंत नकाशाच तळव्याच्या रूपानं आपण आपल्याबरोबर घेऊन मिरवतोय याची कल्पना फारच थोड्यांना असेल!

प्रत्येकालाच आपले विधिलीखित पहायला नक्कीच आवडेल. हा विषय झपाटून टाकणारा आहे, पण तितकाच अवघडही आहे. हे पुस्तक सर्व रहस्यांमागील विज्ञान समजावून सांगतं. तसेच त्यातून आपल्याला व्यवसायाबद्दल मार्गदर्शन मिळू शकतं, शारीरिक-मानसिक आरोग्याचं निदान करायला मदत होऊ शकते.

६०

9788177666601